மிளகு

வி.எஸ்.ரோமா

ISBN 978-1-63997-395-8

பொருளடக்கம்

1

⚬⚬⚬

ஒரு தேக்கரண்டி மிளகையும், ஒரு வெற்றிலையையும் நீரில் கொதிக்கவைத்து பருகவேண்டும். இது உடலில் நோய் எதிர்ப்பு சக்தியை உருவாக்கும்.

தொண்டை கட்டு, குரல் கம்மல், தொண்டை வலி போன்றவை இருந்தால்,

ஒரு தேக்கரண்டிமிளகைநெய்யில் கருக வைத்து பொடித்துதேன்கலந்து சாப்பிடவேண்டும்.

மிளகு

பண்டைய நாகரீகங்களில், பெரும் செல்வம் படைத்த பெண்கள் தங்-களின் திருமணத்தின் போது நிறையத் தங்க நகைகளோடு சேர்த்து, மிளகு எடுத்து வருவதை தங்களின் செல்வச் செழிப்பின் அடையாள-மாகக் கொண்டிருந்தனர். தங்கத்தை விடவும், முத்துமணி ரத்தினங்களை விடவும் மிளகு அன்று அதிகம் மதிப்புப் பெற்று இருந்தது

நோய் எதிர்ப்பு சக்தியை உருவாக்கும் மிளகு

மிளகின் சிறப்பு

மிளகு கொடி வகையை சார்ந்தது. கொடியில் கனிகள் காய்ந்தவுடன் சிறந்த நறுமணத்தை தருகிறது. அதனால் மசாலாக்களில் தலைசிறந்த நறுமணப் பொருளாகிறது. உலகிலேயே கேரள மாநிலத்தில்தான் மிளகு அதிகம் உற்பத்தியாகின்றது. பழங்காலத்தில் வணிகத்தில் மதிப்பு மிக்க பொருளாக இருந்தது, மிளகு.

அதனால் இது கறுப்பு தங்கம் என்றழைக்கப்பட்டது. மிளகிற்கு பின்பு பல சுவாரசியமான வரலாற்று தகவல்கள் இருக்கின்றன. கேரளாவில் இருந்து அரபி கடல் வழியாக மிளகு அரேபியாவிற்கு ஏற்றுமதியானது. அங்கிருந்து, ஐரோப்பிய நாடுகளுக்கு அனுப்பப்பட்டது. ஐரோப்பியர்கள்

நம் நாட்டின் மிளகு மற்றும் நறுமணப் பொருட்கள் மீது அதிக நாட்டம் கொண்டனர். அதனால்தான் கடல் வழியாக இந்தியாவை தேடிக் கண்டு பிடித்தனர். மிளகை வாங்க வந்தவர்கள் படிப்படியாக வியாபாரத்தை விரிவுபடுத்தி நம் நாட்டையே பிடித்து கொண்டனர்.

முற்காலத்தில் இருந்து நம் நாட்டில் கார சுவைக்கு நாம் மிளகைதான் பயன்படுத்தி வந்தோம். அதனால் சங்க இலக்கியங்களில் மிளகை பற்றிய குறிப்புகள் உள்ளன. சித்த மருத்துவத்திலும் மிளகிற்கு சிறப்பிடம் இருக்கிறது. 'பத்து மிளகு இருந்தால் பகைவன் வீட்டிலும் உண்ணலாம்!' என்பது பழமொழி. ஒவ்வாமைக்கு சிறந்த மருந்து மிளகு. சளி, இருமல், ஆஸ்துமா போன்றவைகளுக்கும் இது மருந்தாகின்றது. ஒவ்வாமையால் ஏற்படும் தொடர் தும்மலுக்கும் மிளகை பயன்படுத்தலாம்.

மிளகின் வரலாறு மற்றும் மிளகின் மருத்துவ குணங்கள்:-

இதன் மறு பெயர்கள்: அரிசு, அருட்டம், தீச்சந்தனம், கமி, கறி, நெய்யம், மல்வாசம், நெறியல்

வளரும் இடங்கள்: மேற்குத் தொடர்ச்சி மலைகள், கேரளா

பயன் தரும் பகுதிகள்: இது கொடி வகையை சேர்ந்ததாகும். இதன் சிறுகனிகள் பூத்த ஆறு முதல் எட்டு மாதங்களில் அறுவடைக்கு வரும். இது தவிர மிளகின் கொடி, இலை மற்றும் வேர் முதலியன பயன் தரும் பாகங்களாகும்.

பொதுவான தகவல்கள் : மிளகு (பைப்பர் நிக்ரம் Piper nigrum) என்பது 'பைப்பரேசியே' என்ற தாவரக் குடும்பத்தைச் சேர்ந்த, பூத்து

காய்த்து படர்ந்து வளரும் கொடி வகையினைச் சார்ந்த தாவரமாகும். இதில் மிளகு மற்றும் வால் மிளகு என இரு வகை உண்டு. 'மிளகு' என இத்தாவரத்தின் பெயரிலே குறிக்கப்படும் இதன் சிறுகனிகள், உலர வைக்கப்பட்டு நறுமணப் பொருளாகவும், மருந்தாகவும், உணவின் சுவைகூட்டும் பொருளாகவும் உலகெமங்கும் பயன்படுத்தப்படுகிறது.

மிளகில், அது பதப்படுத்தப்படும் முறைக்கேற்ப கரு மிளகு, வெண் மிளகு, சிவப்பு மிளகு, பச்சை மிளகு எனப் பலவகை உண்டு. மிளகுக் கொடியின் பிறப்பிடம் தென்னிந்தியா ஆகும். தென்னிந்தியாவில் குறிப்பாக கேரளாவில் பெருமளவு மிளகு பயிரிடப்படுகிறது.

மிளகின் வேறு பெயர்கள்- மலையாளி, குறுமிளகு மற்றும் கோளகம். தென்னிந்திய மொழிகளில் இத்தாவரம் தமிழில் மிளகு எனவும், கன்னடம்:மெனசு மலையாளம்: குறு மிளகுதெலுங்கு: மிரியாலு அல்லது மிரியம் கொங்கணி: மிரியாகொனு எனவும் அழைக்கப்படுகிறது.

மிளகுக் கொடி, பொதுவாக வெய்ய மண்டலத்தை சார்ந்த தாவரமாக இருப்பதால், தென்னிந்தியாவின் தட்பவெய்ய நிலை இதன் வளர்ச்சிக்கு உகந்ததாகக் கருதப்படுகிறது. மிளகின் காரத்தன்மை அதிலுள்ள பெப்பரைன் என்ற வேதிப்பொருளால் எற்படுவதாகும். பொடியாக்கப்பட்ட மிளகை உலகின் பெரும்பான்மையான நாடுகளில், சமையலறைகளிலும், உணவு உண்ணும் மேசைகளிலும் காணலாம். மிளகின் கொடி, இலை மற்றும் வேர் முதலியன பயன் தரும் பாகங்களாகும்.

மிளகின் வரலாறு:-

இந்தியாவை இயற்கை வாழிடமாகக் கொண்ட மிளகு, வரலாற்றுக்கு முந்தைய காலம் தொட்டே இந்தியச் சமையலில் முக்கிய தாளிப்புப் பொருளாகப் பயன்படுத்தப்படுகிறது. மலேசியா போன்ற தென்கிழக்கு ஆசிய நாடுகளில் மிளகு தற்போது சிறந்து விளங்கினாலும், இந்தியாவில் உள்ள கேரளக் கடற்கரைப் பகுதி, நெடுங்காலமாகவே மிளகு உற்பத்தியில் ஆதிக்கம் செலுத்தி வருகிறது. மிளகு வாணிகம் மிக லாபகரமானதாக

இருப்பதனால், மிளகை 'கருப்புத் தங்கம்' என்று குறிப்பிடுகின்றனர். பண்டைக் காலத்தில் இப்பகுதியில் பணத்திற்கு பதிலாக மிளகை உபயோகப்படுத்தியதாக வரலாறு கூறுகிறது.

இடைக்காலத்தில் இந்தியாவின் கேரளக் கடற்கரையில் விளைந்த மிளகு உலகமெங்கும் சந்தை படுத்தப்பட்டது. 16 ஆம் நூற்றாண்டின் இறுதியில், ஜாவா, சுமத்திரா, மடகாஸ்கர் போன்ற தீவுகளிலும், இந்தோனேசியா, மற்றும் பல கிழக்காசிய நாடுகளிலும் குறைந்த அளவில் பயிரிடப்பட்டது.

இவ்விடங்களில் விளைந்த மிளகு சீனாவிலும், உள்நாட்டிலுமே விற்கப்பட்டதால், ஐரோப்பாவின் மிளகு வணிகம் இந்தியாவை நம்பியே இருந்தது. இந்தியாவில் பெரிதும் விளைந்த மிளகும், பிற நறுமணப் பொருள்கள் உற்பத்தியும் உலக வரலாற்றை மாற்றி அமைத்ததாகக் கூறினால் அது மிகையாகாது. லண்டனில் டச்சு வணிகர்கள் மிளகிற்கு ஐந்து சில்லிங் விலை ஏற்றம் செய்ததன் காரணத்தால் தான் கிழக்கிந்தியக் கம்பெனி என்ற நிறுவனமே துவங்கப்பட்டது.

ஐரோப்பியக் குடும்பங்களில் ஒரு பெண் திருமணமாகி வரும்போது சீதனமாக மிளகு கொண்டுவருகிறாள் என்பது அவளது செல்வச் செழிப்பின் அடையாளமாகக் கருதப்பட்டது. ஐரோப்பிய நாடுகளில், நறுமணப் பொருள்களின் தேவை மிக அதிகமாக இருந்ததினாலும், அப் பொருள்கள் மிக விலை உயர்ந்ததாக இருந்ததாலும், அவற்றின் இறக்குமதியை அதிகப்படுத்தும் பொருட்டு, இந்தியாவுக்கு கடல்வழி கண்டுபிடிக்க பலர் முயன்றனர். இதன் வாயிலாகவே இந்தியாவிற்கான கடல்வழி கண்டுபிடிக்கப்பட்டது.

இம்முயற்சிகளே பின்னர், இந்தியாவை ஐரோப்பியர் கைப்பற்றி அரசாளவும், அமெரிக்கா போன்ற கண்டங்களைக் கண்டுபிடித்துக் குடியேற்றம் செய்யவும் வழிவகை செய்தது.

மிளகை பண்டைய காலத்தில், இலத்தீன் மொழியில் பைப்பர் என்று குறிப்பிட்டனர். பழம்பெரும் நாகரிகமான எகிப்து நாகரிகத்தின் எச்சங்களாக விளங்கும், பிரமிடுகளில் புதப்படுத்தப்பட்டுள்ள இறந்த அரசர்களின் மூக்கு துவாரங்களில் மிளகு காணப்பட்டதன் மூலம் பண்டைய எகிப்து நாகரிகத்தில் மிளகு சிறந்த மருத்துவப் பொருளாகவும், விலையுயர்ந்த பொருளாகவும் மதிக்கப்பட்டுள்ளது என்பதை

அறியலாம். கி.மு. 1213 ஆம் ஆண்டில், எகிப்தின் அரசனான இரண்டாம் ராம்சிஸ் இறப்பின் போது நடத்தப்பட்ட இறுதி சடங்குகளில் மிளகு பயன்படுத்தப்பட்டுள்ளது தெரிய வந்துள்ளது. இருப்பினும், மிளகின் பயன்பாடு எந்த அளவில் பண்டைய எகிப்து நாகரிகத்தில் இருந்தது என்பது பற்றியும், எவ்விதம் மிளகு இந்தியாவிலிருந்து எகிப்து வரை கொண்டு செல்லப்பட்டது பற்றியும் அறிய இயலவில்லை.

பண்டைய கிரேக்க நாகரிகத்திலும் கி.மு. 4 ஆம் நூற்றாண்டு முதல் மிளகு மிகக்குறைந்த அளவில் உபயோகப்படுத்தப்பட்டுள்ளது தெரிய வந்துள்ளது. மிக விலையுயர்ந்த பொருளாகவும், பெரும் தட்டுப்பாடுடைய பொருளாகவும் இருந்ததால், செல்வந்தர் மட்டுமே மிளகின் சுவையை அறிந்திருந்தனர். வாணிக வழிகள் நிலமார்க்கமாகவோ, அரபிக்கடலின் கடலோரமாக நீர்மார்க்கமாகவோ இருந்ததினால், மிளகு வாணிகம் குறைந்த அளவிலே நடைபெற்றது.

கி.மு. 30 இல், எகிப்து ரோமப் பேரரசின் பகுதியான பின், தென் இந்தியாவின் கேரளக் கடற்கரையில் இருந்து அரபிக் கடலின் வழியே ஐரோப்பாவுக்கு முறையான வணிகக் கப்பல் போக்குவரத்துத் தொடங்கப்பட்டது. ரோமப் பேரரசின் வரலாற்று சான்றுகள் மூலம், ஆண்டுதோறும் சுமார் 120 வாணிகக்

கப்பல்கள் இந்தியாவுக்கு பருவக்காற்று காலங்களில் வந்ததாக அறிய முடிகிறது. இக்கப்பல்களில் கொண்டு செல்லப்பட்ட நறுமணப் பொருள்களும், முத்து, வைரம் போன்ற கற்களும், மத்திய ஆசியாவில் உள்ள செங்கடல் வரை கொண்டு செல்லப்பட்டு, பின் நிலவழியாகவோ, நைல் ஆற்றின் கால்வாய்கள் வாயிலாகவோ, மத்தியதரைக் கடல் வரை எடுத்துச் செல்லப்பட்டு, மீண்டும் கப்பல் மூலமாக ரோம் நகருக்கு அனுப்பப்பட்டன. இந்தியாவுக்கு நேரடிக் கடல்வழி கண்டுபிடிக்கப்படும் வரை இத்தகைய கடுமையான பாதைகளின் மூலமே ஐரோப்பிய மிளகு வாணிகம் நடைபெற்றது.

மிளகுக் கொடி

சுமார் நான்கு மீட்டர் உயரம் வரை வளரக்கூடிய மிளகுக் கொடி ஒரு பல்லாண்டுத் தாவரமாகும். படரும் கொடி வகையைச் சார்ந்த இத்தாவரம், அருகில் இருக்கும் மரம், தூண், கயிறு ஆகியவற்றை பற்றி படரும் தன்மையுடையது. இதன் கொடி 10 -12 அடிக்கு மேல் கெட்டியான பட்டையுள்ள மரத்தில் பற்றி வளரும். முக்கியமாக முள் முருங்கையில், இக்கொடிகள் மரங்களைப் பின்னிப் பிணைந்து அடர்த்தியாக வளரும்.

மிளகின் இலைகள் வெற்றிலை போல் பெரிதாக இருக்கும். இத்தாவரத்தின் இலைகள் சுமார் ஐந்து சென்டிமீட்டர் முதல் பத்து சென்டிமீட்டர் நீளத்தில், சுமார் மூன்று சென்டிமீட்டர் முதல் ஆறு சென்டிமீட்டர் அகலத்தில் காணப்படுகின்றன. எப்பொழுதும் பசுமையாகவும், கொடியின் கணுக்கள் சிறிது பெருத்தும் காணப்படும். இதன் சிறிய மலர்கள் சுமார் எட்டு சென்டிமீட்டர் நீளமுள்ள ஊசியைப் போன்ற தோற்றமுடைய மலர்க்காம்பில் பூக்கும். மலர்கள் காய்களாக வளர்ச்சி பெறும்போது, இம்மலர்க் காம்புகள், சுமார் 15 சென்டிமீட்டர் வரை வளர்ச்சி பெறுகிறது. இதன் காய்கள் ஒரு சரத்திற்கு 20-30 க்கு மேல் இருக்கும். பச்சையாக எடுத்து அதன் நிறம் மாறாமல் பதம் செய்தும் வைப்பார்கள். முற்றிய பழத்தைப் பறித்து வெய்யிலில் நன்கு காயவைத்தால் அது கரு மிளகாகச் சுண்டி சிறுத்துவிடும். இதுவே மிளகாகும்.

மிளகு பயிரிடுதல் மற்றும் அதன் விளைச்சல்:-

மிளகு விளைச்சலுக்கு நீண்ட மழைபொழிவு, சீரான உயர் வெப்பம் ஆகியவை தேவை மிளகு இந்தியாவில் தமிழ்நாட்டிலும், கேரளாவிலும், குடகு மலையிலும் அதிகமாகப் பயிராகிறது. இந்தியாவிலிருந்து

ஐரோப்பா, சீனா, மத்திய கிழக்கு நாடுகள், வட ஆப்பிரிக்கா ஆகிய நாடுகளுக்கு மிளகு பயிரிடும் முறை பரவியது. 16 ம் நூற்றாண்டில் ஜாவா, சுமத்திரா, மடகாஸ்கர் மற்றும் மலேசியாவுக்குப் பரவியது. மிளகுக் கொடி மிதமான ஈரப்பதமிக்க, வளமான மண்ணில் நன்கு வளரக்கூடியது. 40 முதல் 50 சென்டிமீட்டர் நீளமுள்ள துண்டங்களாக இக்கொடியின் தண்டுப் பகுதியை, வெட்டி நடுவதின் மூலம் அதிகமாகப் பயிரிடப்படுகிறது. பொதுவாக மரங்களின் அருகாமையில் வளர்க்கப்படும்

இக்கொடி அம்மரங்களைப் பற்றி வளரும் வண்ணம் மரயட்டைகள் நிறைந்த மரங்களுடன் வளர்க்கப்படுகின்றன. முதல் மூன்று ஆண்டுகள் இத்தாவரம் மிகுந்த கவனிப்புடன் வளர்க்கப்படுகிறது. நான்காம் ஆண்டு முதல் ஏழாம் ஆண்டு வரை இக்கொடி பூத்துக் காய்க்கிறது.

ஒவ்வொரு காம்பிலும் சுமார் 20 முதல் 30 பழங்கள் காணப்படுகின்றன. ஒரு காம்பில் உள்ள சில காய்கள் சிவப்பு நிறமாகிப் பழுத்தவுடன், காம்புகள் அறுவடை செய்யப்படுகின்றன. பின் வெயிலில் காய வைக்கப்பட்டு, காய்ந்தவுடன், காம்புகளில் இருந்து பிரிக்கப்பட்டு பதப்படுத்தப்படுகின்றன.

மிளகின் வகைகள்

வால் மிளகு: வால்மிளகு என்பது, ஒரு வகையான மூலிகைக் கொடியில் காய்ப்பதாகும். மிளகின் ஒரு வகையான இது மிளகைப்போலவே, ஆனால் காம்புடன் இருப்பதால், வால்மிளகு எனப் பெயர் பெற்றது. இதன் மணத்திற்காக சமையலில் பயன்படுத்தப் படுகிறது. மேலும், மருத்துவ குணங்களையும் கொண்டுள்ளது. இதன் காரத்தன்மையால், பசியினைத் தூண்டுவது மற்றும் உடல் வெப்பத்தை அதிகரிப்பது ஆகிய குணங்களைக் கொண்டுள்ளது. சித்த மருத்துவத்தில், பல்வேறு நோய்களைத் தீர்ப்பதற்கு பயன்படுகிறது.

கருமிளகு : பச்சையான பழுக்காத சிறு மிளகு காய்கள் கொடிகளில் இருந்து பறிக்கப்பட்டு, சூடான நீரில் சிறிது நேரம் ஊற வைக்கப்பட்டு, பின்னர் உலர வைக்கப்படுகின்றன. இக்காய்களின் வெளித்தோல் சூட்டினால் உறிக்கப்படுவதனால், இக்காய்கள் வேகமாக உலருவதோடு, அதன் சதைப்பகுதி விதையுடன் காய்ந்து, சுருங்கி, பூஞ்சைகளின் மூலமாகக் கருநிறத்தைப் பெறுகிறது. இக்காய்களை உலர்த்துவதற்கு

இயற்கையான சூரிய ஒளியும், பல இயந்திரங்களும், இடத்திற்கேற்ப பயன்படுத்தப்படுகிறது. இவ்வாறு உலர்த்தப்பட்ட மிளகு, பின் சரியான பொதிகளில் அடைக்கப்பட்டு சந்தைகளுக்கு அனுப்பப்படுகிறது.

வெண்மிளகு : பெரும்பான்மையான நாடுகளில் கருமிளகே உபயோகத்தில் இருப்பினும், சில பகுதிகளில், வெண்மிளகும் பயன்படுத்தப்படுகிறது. மேற்கூறிய வழிமுறைகளைப் போலின்றி, வெண்மிளகு உற்பத்திக்கு பழுத்த மிளகுப் பழங்கள் பயன்படுத்தப்படுகின்றன. இப்பழங்கள் ஏறத்தாழ ஒரு வாரம் நீரில் ஊறவைக்கப்படுகின்றன. இதன் மூலம், பழத்தின் சதைப்பகுதி அழுக வைக்கப்படுகிறது. பின், பழத்தின் சதைப் பகுதி தேய்த்து அகற்றப்பட்டு, விதைகள் உலர்த்தப்படுகின்றன. உலர வைக்கப்பட்ட வெண்நிற விதைகள் வெண்மிளகாக சந்தைப்படுத்தப்படுகிறது. மற்ற சில முறைகளும் உபயோகத்தில் உள்ளன. இவற்றில் சிலவற்றில் பழுக்காத மிளகுக் காய்களும் வெண்மிளகு உற்பத்திக்குப் பயன்படுத்தப்படுகின்றன.

பச்சை மிளகு : பச்சை மிளகு, கருமிளகைப் போலவே பழுக்காத சிறு மிளகுக் காய்களை உலர வைப்பதன் மூலம் தயாரிக்கப்படுகிறது. காய்களின் பச்சை நிறத்தைத் தக்க வைத்துக்

கொள்ள, கந்தக டை ஆக்சைடுடன் கலக்குதல், உறைய வைத்து உலர்த்துதல் ஆகிய சில வழிமுறைகள் பின்பற்றப்படுகின்றன. வினிகருடன் ஊற வைக்கப்பட்ட பச்சை மிளகுக் காய்களும் பச்சை நிறத்தைக் கொண்டுள்ளன. ஆசிய சமையல் முறைகளில் ஒன்றான, தாய்லாந்து நாட்டுச் சமையல் முறையில், புதிதாக பறிக்கப்பட்ட பச்சை மிளகுப் பழங்கள் பெரிதும் உபயோகப்படுத்தப்படுகிறது. உலர வைக்கப்படாத அல்லது பாதுகாக்கப்படாத மிளகுக் காய்கள் விரைவில் கெடும் இயல்பு கொண்டவை.

சிவப்பு மிளகு: வினிகரில் ஊற வைத்து பாதுகாக்கப்பட்ட பழுத்த மிளகு சிறு பழங்கள், இளஞ்சிவப்பு மிளகு என்றும், சிவப்பு மிளகு என்றும் அழைக்கப்படுகிறது. பழுத்த மிளகுப் பழங்களை சில வேதியல் பொருள்களின் துணையுடன் உலர வைப்பதன் மூலமும் சிவப்பு மிளகு தயாரிக்கப்படுகிறது.

தமிழகத்து சமையலில் மிளகு:

தமிழ்நாட்டுச் சமையலில் மிளகு முக்கிய பங்கு வகிக்கிறது. தமிழ்நாட்டு உணவு வகைகளான பொங்கல், மிளகு ரசம், மிளகுக்

கோழி வருவல், முட்டை வருவல், உருளைக்கிழங்கு பொரியல் ஆகியவற்றில் சுவை கூட்டும் பொருளாக மிளகு அதிக அளவில் உபயோகப்படுத்தப்படுகிறது. தமிழகத்தின் புகழ்பெற்ற சமையல் முறையான செட்டிநாடு சமையலில் மிளகு அதிகமாக பயன்படுத்தப்படுகிறது. சமையலில் காரச்சுவை ஊட்டுவதற்காக முற்காலத்தில் மிளகு பயன்பட்டது. தற்போது மற்றொரு காரச்சுவைப் பொருளான மிளகாய், மிளகை விட அதிகமாகப் பயன்படுத்தப்படுகிறது. ஆங்கிலத்தில், மிளகை பெப்பர் என்றும், மிளகாயைச் சில்லி பெப்பர் என்றும் பொதுவாகக் குறிக்கின்றனர்.

சர்வதேச அளவில் மிளகு வாணிகம்:-

மிளகு ரகங்கள் அவை விளையும் இடங்களின் பெயரிலேயே உலகச் சந்தைகளில் அறியப்படுகின்றன. மிகப் புகழ்பெற்ற இந்திய வகைகளாக அறியப்படுவன : மலபார் மிளகு மற்றும் தாலச்சேரி மிளகு. இதில் தாலச்சேரி மிளகு உயர்தரமாக மதிக்கப்படுகிறது. மலேசியா நாட்டின் சரவாக்

மிளகு , போர்ணியோத் தீவிலும், இந்தோனேசியா நாட்டின் லம்பூங் மிளகு சுமத்திராத் தீவுகளிலும் விளைகிறது. 2002 ஆம் ஆண்டில், மிளகு, உலக தாளிப்புப் பொருள் வாணிபத்தில் சுமார் 20 விழுக்காட்டினைப் பெற்றது. மிளகின் விலை உலகச் சந்தையில் உற்பத்திக்கேற்ப வெகுவாக மாறக்கூடியது. சர்வதேச மிளகுச் சந்தை கொச்சி நகரில் அமைந்துள்ளது.

தற்காலத்தில், வியட்நாம் நாடு உலக மிளகு ஏற்றுமதியில் முதலிடம் வகிக்கிறது. வியட்நாமிலிருந்து, 2003 ஆம் ஆண்டில், சுமார் 82,000 டன் மிளகு ஏற்றுமதி செய்யப்பட்டது. வியட்நாமை அடுத்து, இந்தோனேசியா (67,000 டன்), இந்தியா (65,000 டன்), பிரேசில் (35,000 டன்), மலேசியா (22,000 டன்), இலங்கை (12,750 டன்), தாய்லாந்து, சீனா ஆகிய நாடுகளும் மிளகு ஏற்றுமதியில் முன்னிலையில் உள்ளன.

மிளகின் மருத்துவ குணங்கள்:-

கால்சியம், இரும்பு, பாஸ்பரஸ் போன்ற தாது உப்புக்களும், கரோட்டின், தயாமின்,

ரிபோபிளவின், ரியாசின் போன்ற வைட்டமின்களும் மிளகில் உள்ளன

மிளகு சித்த மருத்துவ முறைகளில் அதிகம் பயன்படுத்தப்படுகிறது.

சளி, கோழை, இருமல் நீக்குவதற்கும் நச்சு முறிவு மருந்தாகவும் பயன்படுகிறது.

மிளகு வயிற்றிலுள்ள வாயுவை அகற்றி உடலுக்கு வெப்பத்தைத் தருவதோடு வீக்கத்தைக் கரைக்கும் தன்மையும் உடையது. 5. உடலில் உண்டாகும் காய்ச்சலைப் போக்கும் தன்மை உடையது.

இது காரமும் மணமும் உடையது. உணவைச் செரிக்க வைப்பது

உணவில் உள்ள நச்சுத் தன்மையைப் போக்க வல்லது.

மிளகின் மருத்துவப் பயன்கள்:

மிளகை நன்றாக பொடித்து அதனை தேனுடன் கலந்து சாப்பிட்டு வர சளி

தொல்லைகள் மற்றும் சளியினால் ஏற்படும் தொல்லைகளான மூக்கு ஒழுகுதல் குணமாகும். அதிகமாக சளி தொல்லைகள் உள்ளவர்கள் மிளகை நெய்யில் வறுத்து பொடித்து அதனை தினம் அரை ஸ்பூன் மூன்று வேளை சாப்பிட்டு வர குணமாகும்.

மிளகு, சுக்கு, சிற்றாத்தை, அதி மதுரம் ஆகிய இவற்றை சமமாக எடுத்துக் கஷாயம் செய்து மூன்று வேளை குடித்து வர ஜலதோஷத்தோடு உள்ள ஜூரமும் இருமலும் குணமாகும்.

சின்ன வெங்காயம், மிளகு, கிராம்பு இவைகளை மையாக அரைத்து சிறிது தேனில் கலந்து சாப்பிட்டு வர, நெஞ்சுவலி நீங்கும்.

அடுக்குத் தும்மல் பிரச்சனை அடிக்கடி வருகிறதா? எனில், மிளகை தூள் செய்து அந்தப் பொடியை நெருப்புத் தணலில் இட்டு அதிலிருந்து வரும் புகையை இழுக்க அடுக்குத் தும்மல் நின்று விடும்.

மிளகுடன் தேன் கலந்து தினமும் சாப்பிட்டு வந்தால் உடல் இளைக்கும். சளித் தொல்லை இருக்காது.

இருமல் தொந்தரவு இருந்தால் டீ அல்லது பாலில் மிளகு, ஏலக்காய், இஞ்சி, ஓமம் ஆகியவற்றை அரைத்துப் போட்டு குடியுங்கள் இருமல் பிரச்சனை நீங்கும்.

நொச்சி இலையுடன் ஒரு தேக்கரண்டி மிளகை தட்டிப் போட்டு கஷாயம் வைத்துக் குடித்தால் மலேரியா ஜூரம் கட்டுப்படும்.

கொஞ்சம் மிளகு, ஓமம், உப்பு சேர்த்து மென்று சாப்பிட்டு வந்தால் தொண்டை வலி குணமடையும். கல்யாண முருங்கை இலையுடன், அரிசி சிறிது மிளகு சிறிது சேர்த்து அரைத்து தோசை செய்து சாப்பிட்டு வர சளி குணமாகும்.

மிளகை தினமும் சமையலில் பயன்படுத்தி வர பல் வலியில் இருந்து முடக்கு வாதம் வரையிலான அனைத்து நோய்களுக்கும் மருந்தாக இருக்கும்.

மிளகை கடித்துச் சாப்பிட்டால் பல் ஈறுகளுக்கு பலம் கிடைக்கும்.

மிளகுடன் உப்பு சேர்த்து பல் துலக்கினால்

பல்வலி, சொத்தை பல், ஈறுவலி, ஈறுகளிலிருந்து இரத்தம் வடிதல் குணமாகும், பற்களும் வெண்மையாக இருக்கும், வாயில் துர்நாற்றத்தை போக்கும்.

ஞாபக மறதி நோய் உள்ளவர்கள் மிளகைப் பொடி செய்து தேனில் கலந்து சாப்பிட்டு வர சீக்கிரத்தில் குணம் கிடைக்கும்.

வயிறு மந்தமாக இருந்தால் கால் தேக்கரண்டி அளவு மிளகுப் பொடியை மோரில் கலந்து குடித்தால் உடனே நிவாரணம் கிடைக்கும். இது தவிர, வாயு சம்மந்தமான அனைத்துப் பிரச்சனைகளுக்கும் மிளகு அரும் மருந்தாக உள்ளது.

மிளகுடன் வெல்லம் சேர்த்து காலையும் மாலையும் சாப்பிட்டு வந்தால் தலைவலி, தலையாரம் குணமாகும். மிளகை அரைத்து அதனை தலையில் பற்று போட்டால் தலைவலி குணமாகும். மிளகை சுட்டு அதன் புகையினை இழுத்தால் தலைவலி தீரும்.
கல்யாணமுருங்கை இலை, முருங்கை இலை, மிளகு மற்றும் பூண்டு சேர்த்து அவித்து சாப்பிட்டு வந்தால் இரத்த சோகை குணமாகும்

ஒரு ஸ்பூன் அளவு மிளகை வறுத்து பொடி செய்து அதனுடன் கைபிடியளவு துளசியை சேர்த்து கொதிக்க வைத்து அதனை ஆற வைத்து அதனுடன் சிறிது அளவு தேன் கலந்து சாப்பிட்டு வர பசியின்மை குணமாகும் மற்றும் வயிறு உப்பசம் குணமடையும்.

மிளகைப் பொடி செய்து குழந்தைகளுக்கு முட்டை ஆம்லெட் செய்து கொடுத்தால் நோய் எதிர்ப்புச் சக்தி கூடும்.

மிளகை தட்டிப் போட்டு காய்ச்சிய பாலில் அதனை போட்டு இரவில் குடித்தால் ஜலதோஷம் தலையாரம் குறையும்.

மிளகு சேர்த்து சமைக்கின்ற உணவு சீக்கிரத்தில் கெட்டுப் போகாது.

மிளகு, இஞ்சி, பூண்டு, கொத்தமல்லி, புதினா எல்லாம் சேர்த்து அரைத்த விழுதை சாப்பாட்டில் சேர்த்துக் கொண்டால் அஜீரணக் கோளாறு நீங்கும்.

ஏழு, எட்டு மிளகை ஒரு டம்ளர் தண்ணீரில் போட்டுக் காய்ச்சி, அந்தத் தண்ணீரைக்

குடித்தால் மலச்சிக்கல் ஏற்படாது

மிளகு வயிற்றில் உள்ள வாய்வை அகற்றி உடலுக்கு வெப்பத்தை தருவதோடு வீக்கத்தை கரைக்கும் தன்மையுடையது. மிளகு உணவை எளிதில் செரிக்க வைக்கும் தன்மை கொண்டது. மிளகு, சுக்கு, திப்பிலி சேர்த்து சாப்பிட்டு வந்தால் நோய் எதிர்ப்பு சக்தியை அதிகரிக்கும்.

தினமும் புத்து மிளகை உண்டு வர ரத்தம் சுத்தமாகும்.

மிளகை தினமும் உணவில் சேர்த்து வர செரிமான சக்தி அதிகரிக்கும்.

கனிந்த வாழைப் பழத்தின் உள்ளே மிளகுப் பொடியை வைத்து வாரம் இரண்டு முறை சாப்பிட்டால் விரைவில் ஆஸ்துமா நோய் குணமாகும்.

மிளகு, ஜாதிக்காய், சந்தனம் ஆகியவற்றை சேர்த்து அரைத்து முகத்தில் பூசி வந்தால் பருத் தொல்லைகள் வராது. முகம்

பளபளக்கும்.

மருத்துவ குணங்கள்

தேக்கரண்டி மிளகை இடித்து, 200 மி.லி. நீரில் கொதிக்க வைத்து பனவெல்லம் அல்லது தேன் கலந்து குடிப்பது பலவித நோய்களை கட்-டுப்படுத்தும். ஒவ்வாமை மற்றும் பூச்சி கடி காரணமாக தோலில் தடிப்பு, அரிப்பு உண்டாகும். இதற்கு ஒரு தேக்கரண்டி மிளகை பொடி செய்து, அருகம்புல் ஒரு கைபிடி அளவு சேர்த்து, 200 மி.லி. நீரில் கொதிக்க வைத்து குடிக்கவேண்டும். பூச்சி கடி மற்றும் ஒவ்வாமையால் அவதிப்ப-டும்போது முதல் வேலையாக ஒரு தேக்கரண்டி மிளகை நீரில் கொதிக்க வைத்து தேன் கலந்து பருகிவிடவேண்டும்.

மழைக்காலத்தில் அடுக்கடுக்காக தும்மல், கண்களை சுற்றிய அரிப்பு, மூக்கில் நீர் வழிதல் போன்றவை ஏற்படும். இதற்கு ஒரு தேக்கரண்டி மிளகையும், ஒரு வெற்றிலையையும் நீரில் கொதிக்கவைத்து பருகவேண்-டும். இது உடலில் நோய் எதிர்ப்பு சக்தியை உருவாக்கும். தொண்டை கட்டு, குரல் கம்மல், தொண்டை வலி போன்றவை இருந்தால், ஒரு தேக்கரண்டி மிளகை நெய்யில் கருக வைத்து பொடித்து தேன் கலந்து சாப்பிடவேண்டும். விட்டுவிட்டு வரும் காய்ச்சலுக்கும் மிளகு கஷாயம் சிறந்தது.

ஜீரண சக்தியையும் மேம்படுத்தும். மிளகின் காரத்தன்மைக்கு 'காப்-சாய்சின்' என்ற வேதிப்பொருள் காரணமாக உள்ளது. மிளகின் காரம் கொழுப்பையும் ஜீரணிக்கவைக்கும். இதனால் ரத்த குழாய்களில் கொழுப்பு படியாது. ரத்த குழாய் தடிமனாவதும் தவிர்க்கப்படும். உடலில் உள்ள செல்களை பாதுகாக்கும் 'ஆன்டி ஆக்ஸிடண்ட்' தன்மையும் மிளகிற்கு உள்ளது. பசி குறைவாக உள்ள சமயங்களில், ஒரு தேக்க-ரண்டி மிளகு பொடியை நாட்டு சர்க்கரையுடன் கலந்து சாப்பிட வேண்-டும்.

மூல நோய்களுக்கு ஒரு தேக்கரண்டி மிளகு பொடியுடன், ஒரு தேக்-கரண்டி பெருஞ்சீரகத்தை பொடி செய்து தேன் கலந்து சாப்பிடவேண்டும். மிளகின் காரத்தன்மை மலத்தை வெளியேற்றும் சக்தி கொண்டது. பல் சொத்தை, பல் கூச்சம் ஏற்படும்போது, மிளகு பொடியுடன் உப்பு கலந்து பல் தேய்க்கவேண்டும். தலையில் சிலருக்கு புழு வெட்டு ஏற்படும்.

அவர்கள் மிளகுதூள், உப்பு, வெங்காயத்தை சேர்த்து அரைத்து பாதித்த இடத்தில் பூசினால், மீண்டும் முடி வளரும். தலையில் பொடுகு ஏற்படும்போது மிளகை அரைத்து பாலில் கலந்து கொதிக்கவிட்டு, ஆறவைக்கவேண்டும். பின்பு அதை தலையில் தேய்த்து சிறிது நேரம் கழித்து குளித்தால், பொடுகு நீங்கும்.

மிளகு தரும் நன்மைகள் ஏராளம்

இதற்கு ஒரு தேக்கரண்டி மிளகையும், ஒரு வெற்றிலையையும் நீரில் கொதிக்கவைத்து பருகவேண்டும். இது உடலில் நோய் எதிர்ப்பு சக்தியை உருவாக்கும்.

தொண்டை கட்டு, குரல் கம்மல், தொண்டை வலி போன்றவை இருந்தால்,

ஒரு தேக்கரண்டி மிளகை நெய்யில் கருக வைத்து பொடித்து தேன் கலந்து சாப்பிடவேண்டும்.

நெஞ்சுச்சளி, ஜலதோஷம், நுரையீரல் மற்றும் செரிமான மண்டல உறுப்புகளின் செயல்திறனைக் கூட்டும் பங்கு மிளகுக்கு உண்டு.

பத்து மிளகிருந்தால் பகைவன் வீட்டிலும் உண்ணலாம் என்பது சித்த மருத்துவ மொழி. பைப்பர் நிக்ரம்' என்ற தாவரவியல் பெயரைக்கொண்ட மிளகு, படர்ந்து பூத்துக் காய்க்கும் கொடி இனத்தைச் சேர்ந்த தாவரம். சாதாரண மிளகு, வால் மிளகு என இதில் இரு வகைகள் இருந்தா- லும், பெரும்பாலும் சாதாரண மிளகுதான் பயன்பாட்டில் உள்ளது. பதப்- படுத்தும் முறையின் அடிப்படையில் கரு மிளகு, வெண் மிளகு, சிவப்பு மிளகு, பச்சை மிளகு என சில வகைகளும் உண்டு.

உணவுப் பயன்பாட்டில் மிளகாய் வருவதற்குமுன், நம் நாட்டில் காரச்சு- வைக்கு மிளகைப் பயன்படுத்தி வந்தார்கள், நம் முன்னோர்கள். நெஞ்- சுச்சளி, ஜலதோஷம், நுரையீரல் மற்றும் செரிமான மண்டல உறுப்புக- ளின் செயல்திறனைக் கூட்டும் பங்கு மிளகுக்கு உண்டு.

அஞ்சறைப் பெட்டிகளில் தவறாமல் இடம்பிடிக்கும் மிளகானது, ரசம், சாம்பார், புளிக்குழம்பு உள்ளிட்ட சைவ உணவுகளிலும், பல அசைவ உணவுகளிலும் சேர்க்கப்படுகிறது. இது வெறும் உணவில் சுவை சேர்ப்- பதோடு நின்றுவிடாமல் பல்வேறு நோய்களையும் குணப்படுத்துகிறது.

பசும்பாலுடன் சம அளவு தண்ணீர் சேர்த்து தோலுரித்த 10 பூண்டுப் பற்-
களைச் சேர்த்துக் கொதிக்க வைக்க வேண்டும். அதனுடன் மிளகுத்தூள்,
மஞ்சள்தூள், பனங்கற்கண்டு சேர்த்து மீண்டும் ஒரு கொதி வந்ததும்
அடுப்பில் இருந்து கீழே இறக்கி நன்றாகக் கடைந்து இரவு உறங்கப்போ-
வதற்குமுன் குடித்துவந்தால் நெஞ்சுச்சளி விலகுவதோடு ஜலதோஷமும்
மூக்கடைப்பும் விலகும்.

மிளகுத்தூளுடன் தேன் அல்லது பனங்கற்கண்டு சேர்த்துச் சாப்பிட்டு
வந்தால் இருமல் உடனே நிற்கும். பத்து துளசி இலைகளுடன் ஐந்து
மிளகு, 200 மி.லி தண்ணீர் சேர்த்துக் கொதிக்கவைத்துக் குடித்து வந்-
தால் நெஞ்சுச் சளிக் கட்டுதல் நீங்கும். ஆஸ்துமாவால் அவதிப்படுபவர்-
கள் தினமும் ஐந்து மிளகை மென்று தின்பது நல்லது.

மிளகுத்தூளுடன் வெங்காயம், உப்பு சேர்த்துத் தலையில் புழுவெட்டு
உள்ள இடங்களில் பூசிவந்தால் முடி வளரும். முகப்பருக்களால்
அவதிப்படுபவர்கள் சந்தனம், ஜாதிக்காயுடன் மிளகு சேர்த்து அரைத்துப்
பருக்களின்மீது பற்றுப்போட்டு வந்தால் நாளடைவில் உதிர்ந்துவிடும்.
பல்வலி, சொத்தைப்பல், ஈறுவலி, ஈறுகளில் ரத்தம் வடிதல், வாய் துர்-
நாற்றம் போன்ற பிரச்சினைகளுக்கு மிளகுத்தூளும் உப்புத்தூளும் சேர்த்-
துப் பல் துலக்கினால் பலன் கிடைக்கும்.
    தினமும் ஐந்து மிளகு சாப்பிடுவதால் என்ன பயன்...?
    சளி, இருமல் வந்துவிட்டால், அதிலிருந்து இயற்கையான வழிமு-
றைகளைப் பயன்படுத்தியே மீண்டுவிடலாம். தண்ணீரை சூடாக்கித்தான்
குடிக்க வேண்டும். வெந்நீருக்கு தொண்டையில் ஏற்படும் வீக்கத்தைக்
குறைக்கும் தன்மை உண்டு. இது சளி, காய்ச்சலுக்குக் காரணமான
தொற்றுகளை நீக்கவும் உதவும்.

வெதுவெதுப்பான உப்புநீரில் வாய் கொப்பளிக்க வேண்டும். இது எந்தப்
பாதிப்பையும் ஏற்படுத்தாத இயற்கையான வழிமுறை. தொண்டையில்
ஏற்பட்ட வீக்கத்தைக் குறைக்கும்; தொண்டை உறுத்தலை நீக்கும்; சளி-
யையும் குறைக்கும்.

நெஞ்சுச்சளி, ஜலதோஷம், நுரையீரல் மற்றும் செரிமான மண்டல உறுப்புகளின் செயல்திறனைக் கூட்டும் பங்கு மிளகுக்கு உண்டு.

ஆஸ்துமாவால் அவதிப்படுபவர்கள் தினமும் ஐந்து மிளகை மென்று தின்பது நல்லது.

மிளகுத்தூளுடன் தேன் அல்லது பனங்கற்கண்டு சேர்த்துச் சாப்பிட்டு வந்தால் இருமல் உடனே நிற்கும். பத்து துளசி இலைகளுடன் ஐந்து மிளகு, 200 மி.லி தண்ணீர் சேர்த்துக் கொதிக்கவைத்துக் குடித்து வந்தால் நெஞ்சுச் சளிக் கட்டுதல் நீங்கும்.

நான்கு பூண்டு பல்லுடன் ஒரு டீஸ்பூன் நெய் ஊற்றிச் சேர்த்து பூண்டைப் பொரித்து, சூடு ஆறுவதற்குள் இதைச் சாப்பிட்டுவிட வேண்டும். பூண்டை நன்றாக நசுக்கி குழம்பு அல்லது சூப்பில் போட்டும் பயன்படுத்தலாம். சளி, இருமலை இயற்கை வழியில் நீக்கும்.

கருமிளகு இருமல், சளிக்கு மிக நல்ல மருந்து. கருமிளகு டீ குடிப்பது தொண்டைவலியைக் குறைக்கும். ஒரு கப் வெந்நீரில் இரண்டு டேபிள்ஸ்பூன் தேன், சிறிதளவு கருமிளகு சேர்த்துக்கொள்ளவும். இதை அப்படியே மூடிவைக்கவும். 15 நிமிடங்களுக்குப் பிறகு இதைக் குடிக்கலாம்.

மிளகு

ஒரு தேக்கரண்டி மிளகையும், ஒரு வெற்றிலையையும் நீரில் கொதிக்கவைத்து பருகவேண்டும். இது உடலில் நோய் எதிர்ப்பு சக்தியை உருவாக்கும்.

தொண்டை கட்டு, குரல் கம்மல், தொண்டை வலி போன்றவை இருந்தால்,

ஒரு தேக்கரண்டிமிளகைநெய்யில் கருக வைத்து பொடித்துதேன்கலந்து சாப்பிடவேண்டும்.

பொதுவாகவே, சளி போன்ற பாதிப்புகள் இல்லாத நாள்களிலும் பாலில் மஞ்சள் கலந்து குடிப்பதும் ஆரோக்கியம் தரும்

நெஞ்சுச்சளி, ஜலதோஷம், நுரையீரல் மற்றும் செரிமான மண்டல உறுப்புகளின் செயல்திறனைக்கூட்டும் பங்கு மிளகுக்கு உண்டு.

ஆஸ்துமாவால் அவதிப்படுபவர்கள் தினமும்ஐந்து மிளகை மென்று தின்பது நல்லது.

சூடானபாலில் மஞ்சள் சேர்த்துப் பருகுவது சளியைப் போக்கும். பால் மற்றும்மஞ்சளில் நம் உடலுக்கு நன்மை செய்யக்கூடிய பல பொருட்கள்

உள்ளன.

நான்

வாசகர்களால் நான்
வாசகர்களுக்காக நான்

முற்போக்கு எழுத்தாளர் வி.எஸ்.ரோமா – கோயம்புத்தூர்
+91 82480 94200
20 புத்தகங்கள் எழுதியுள்ளேன்
விருதுகள் பல பெற்றுள்ளேன்.
கதை , கவிதை, கட்டுரை, நாவல் பொன்மொழி, நாடகம்
எழுதுவேன்.

என்
எழுத்து
என் மூச்சுள்ள வரை
என் வாசிப்பே
என் சுவாசிப்பு
என்றும்

எழுதிக் கொண்டிருக்க வே
என் ஆசை

நான் திருமணமே செய்து கொள்ளாத பெண்மணி என்பதில்
எனக்கு மகிழ்வே.

என் எழுத்துக்கு முழு ஒத்துழைப்பு கொடுப்பவர்கள் என்
பெற்றோர்களே.

தந்தை
கா சுப்ரமணியன் _ தாசில்தார் - ஓய்வு

தாய்.
சு. கிருஷ்ணவேணி

என் பெற்றோர்களே
என்
எழுத்துக்கும்
எனக்கும் முழு ஒத்துழைப்பு தருகின்றவர்கள் என்பதில்
எனக்கு மகிழ்ச்சியே.

நான் ரோமா ரேடியோ
என்ற பெயரில் எஃப் எம் ஆரம்பித்துள்ளேன்.

என்
எழுத்து
என் ரோமா வானொலி மூலம்
எங்கும் ஒலிக்க
எட்டு திக்கும் ஒலிக்க
என் ஆவல்.

பெண்களை
பெரிதாக நினைத்துப்

பெரும் மகிழ்ச்சியடைந்து
பெருமைப் படுத்த வேண்டும்.

முற்போக்கு எழுத்தாளர்
வி.எஸ். ரோமா
Roma Radio
கோயம்புத்தூர்
+91 82480 94200